3.85

W9-AGP-701

J

MA

ENGLISH PHRASE BOOK
FOR VIETNAMESE SPEAKERS

ENGLISH PHRASE BOOK

FOR VIETNAMESE SPEAKERS

Useful and Practical Phrases and Expressions
needed by Vietnamese

by NGUYEN-DINH-HOA, Ph.D.

Southern Illinois University at Carbondale

CHARLES E. TUTTLE COMPANY

Rutland, Vermont & Tokyo, Japan

Representatives

Continental Europe: BOXERBOOKS, INC., *Zurich*
British Isles: PRENTICE-HALL INTERNATIONAL, INC., *London*
Australasia: BOOK WISE (AUSTRALIA) PTY. LTD.
104-108 Sussex Street, Sydney 2000

Published by the Charles E. Tuttle Company, Inc.
of Rutland, Vermont & Tokyo, Japan
with editorial offices at
Suido 1-chome, 2–6, Bunkyo-ku, Tokyo, Japan

Copyright in Japan, 1976, by Charles E. Tuttle Co., Inc.

Library of Congress Catalog Card No. 75-34842

International Standard Book No. 0-8048-1193-8

First Tuttle edition, 1976
Fourth printing, 1984

PRINTED IN JAPAN

INTRODUCTION

Ability to speak the English language is becoming increasingly important for business and travel. Today English is the language of many international conferences. For Vietnamese interested to begin the study of English for practical purposes, I know of no better introduction than Dr. Hoa's excellent little phrase book. The author's knowledge of linguistics and his long familiarity with the English language have enabled him to produce a work which is both accurate and serviceable. This book should have as popular an appeal and wide sale as his companion volume — Vietnamese Phrase Book.

F. Raymond Iredell
Director
Vietnamese-American Association

LỜI TỰA

Người Việt chúng ta học Anh-ngữ thường vấp phải những vấn-đề đặc-biệt về âm-thanh (kể cả ngữ-điệu), về ngữ-pháp (gồm ngữ-thái và cú-pháp) và về ngữ-vựng.

Những vấn-đề chuyên-biệt đó khác với vấn-đề của người Pháp học Anh-Ngữ hoặc người Anh học Việt-ngữ, chẳng hạn.

Vì thế cho nên sách giáo-khoa viết cho đồng-bào ta học Anh-Ngữ phải bàn giải những vấn-đề kia một cách tỉ-mỉ kỹ-lưỡng.

Cuốn sách nhỏ này không phải là sách giáo-khoa theo quan-niệm trên. Nó chỉ là một cuốn chỉ-nam gồm những câu nhật-dụng thường-đàm để cho các bạn công-chức, tư-nhân, thương-gia, học-viên, v.v.. lúc du-lịch hay du-học ở nước ngoài có thể dùng tạm để hỏi thăm, nói chuyện, gọi món ăn, yêu-cầu dịch-vụ này kia trong lúc chân ướt chân ráo vừa tới một lãnh-thổ dùng Anh-ngữ.

Mỗi trang sách chia ra làm ba cột: một cột có nghĩa Việt-Nam, một cột (dùng ký-hiệu âm-vị) chỉ cách phát-âm, và cột thứ ba ghi chính-tả. Các hình vẽ dí-dỏm là do Ông Harrison Shaffer, Trưởng Ban Văn-Hóa Hội Việt-Mỹ, vẽ dùm. Tôi xin ghi lời cảm-tạ.

Chúng tôi mong-mỏi sẽ có thể lần-lượt cống-hiến thêm quí-bạn những thủ-sách đúng-đắn và thực-tiễn khác, và nếu cuốn sách nhỏ này được đôi phần hữu-ích thì chúng tôi cũng được mãn-ý lắm rồi.

Lam-vĩ NGUYỄN-ĐÌNH-HÒA

MỤC-LỤC
CONTENTS

NHỮNG LỜI CHÀO HỎI

1. Chào Ông (hay bà, cô, v.v.) (dùng buổi sáng)	gud mɔ́rniŋ .	1. Good morning.
2. Chào Ông (hay bà, cô, v.v.) (dùng buổi trưa và buổi chiều)	gud æftərnúwn .	2. Good afternoon.
3. Chào Ông (hay bà, cô, v.v.) (dùng buổi chiều tối)	gud íyvniŋ .	3. Good evening.
4. Ông Brown.	mistər bráwn .	4. Mr. Brown.
5. Cô Green.	mis gríyn .	5. Miss Green.
6. Bà Rose.	misiz rówz .	6. Mrs. Rose.
7. Ông (hay bà, cô, v.v.) mạnh chứ?	haw ár yuw .	7. How are you?
8. Tôi mạnh, Cám ơn.	fáyn | θæŋks .	8. Fine, thanks.
9. Thế còn Ông?	ən, haw ar yúw .	9. And how are you?
10. Mạnh lắm, Cám ơn Ông.	vériy wɛl ‖ θǽŋk yuw .	10. Very well, thank you.
11. Chào Ông (hay bà, cô, v.v.) tôi đi. (dùng lúc từ-biệt)	gud báy .	11. Good-bye.

12. Chào Ông (hay bà, cô, v.v.)
    đi nghỉ (dùng lúc chia tay, ai
    về nhà nấy đi ngủ)   gud náyt .   12. Good night.

13. Đây là B.S. Nam .   ðis iz daktər nám .   13. This is Dr. Nam.

14. Đây là cô Green.   ðis iz mis gríyn .   14. This is Miss Green.

15. Hân hạnh gặp Ông (hay bà, cô...)   haw də yə dúw .   15. How do you do?

16. Tôi vui mừng được gặp Ông.   aym glæd tə míyt yuw . 16. I'm glad to meet you.

17. Thôi nhé ! Tôi đi đây.	sow lɔŋ .	17. So long.
18. Lát nữa gặp nhé !	siy yə léytər .	18. See you later.
19. Mai gặp Ông (hay bà, cô, v.v.) nhé !	siy yə təmárow .	19. See you tomorrow.
20. Tuần sau gặp Ông (hay bà, cô, v.v.) nhé !	siy yə nekst wíyk .	20. See you next week.
21. Tháng sau gặp Ông (hay bà, cô, v.v.) nhé !	siy yə nekst mánθ .	21. See you next month.
22. Sang năm gặp Ông (hay bà, cô, v.v.) nhé !	siy yə nekst yíər .	22. See you next year.

VỪA TỚI NƠI

23. Tôi xin lỗi.	aym sáriy .	23. I'm sorry.
24. Tôi mệt.	aym táyəd .	24. I'm tired.
25. Chúng tôi mệt.	wiyr táyəd .	25. We're tired.
26. Tôi vui mừng được ở đây.	aym glǽd tə biy hiər .	26. I'm glad to be here.
27. Tôi thích quí-quốc.	ay layk yur kántriy .	27. I like your country.

UPON ARRIVAL

28. Tôi thích thành-phố này lắm.

ay layk ðis sitiy vériy məč .

28. I like this city very much.

29. Tôi người Việt-Nam.

aym vyetnamíyz .

29. I'm Vietnamese.

30. Tôi ở Việt-Nam tới.

ay kəm frəm vyetnám .

30. I come from Vietnam.

31. Tôi ở Saigon đến.

aym frəm saygɔ́ŋ .

31. I'm from Saigon.

32. Tôi không đói.

aym nat hə́ŋgriy .

32. I'm not hungry.

33. Tôi khát nước.

aym θə́rstiy .

33. I'm thirsty.

34. Nước đây.

hiər z səm wɔ́tər .

34. Here's some water.

35. Mời Ông dùng một chai Coca-Cola.	hæv ə kówk .	35. Have a coke.
36. Tốt lắm, Cám ơn Ông.	vériy gud‖θǽŋk yuw .	36. Very good. Thank you.
37. Không có chi.	yur wélkəm .	37. You're welcome.
38. Ông nói tiếng Anh khá.	yuw spiyk ingliš wél .	38. You speak English well.
39. Đâu có.	ow nów .	39. Oh no!
40. Ông quá khen.	yuw ar vériy kaynd .	40. You are very kind.
41. Tiếng Anh của tôi dở lắm.	may ingliš iz vériy puər.	41. My English is very poor.
42. Ông có hiểu tôi không?	du yə ə́ndərstænd miy⸜	42. Do you understand me ?
43. Có chứ, tôi hiểu	yɛs/ay dúw .	43. Yes, I do.
44. Xin Ông nói chậm.	pliyz spiyk slówliy.	44. Please speak slowly.
45. Tôi không hiểu.	ay dównt əndərstænd .	45. I don't understand.
46. Xin Ông nhắc lại.	pliyz ripíyt .	46. Please repeat.
47. Tôi nói tiếng Anh không giỏi. (Tôi không nói giỏi)	ay dównt spiyk ingliš wɛl .	47. I don't speak English well.

HÀNH-LÝ

LUGGAGE

48. Đây là vali của tôi.

49. Đây là những vali của tôi.

50. Để tôi xách cho.

51. Vali này không nặng.

52. Vali này nhẹ.

53. Bây giờ chúng ta đi về khách-sạn.

ðis iz may súwtkeys .

ðiyz ar may súwtkeysiz .

lɛt miy kǽriy it .

ðis wən iz nát hɛviy .

ðis wən iz láyt .

wiyr gowiŋ tə ðə howtɛl náw .

48. This is my suitcase.

49. These are my suitcases.

50. Let me carry it.

51. This one is not heavy.

52. This one is light.

53. We're going to the hotel now .

54. Chúng ta đi chiếc xe đò này.	wiy teyk ðis bəs .	54. We take this bus.
55. Chúng ta đi tắc-xi.	wiy teyk ə tǽksiy .	55. We take a taxi.
56. Tôi có xe hơi.	ay hæv may kár .	56. I have my car.
57. Xe tôi đậu ngoài kia.	may kar iz áwt ðɛr .	57. My car is out there.
58. Thế thì hay lắm.	ðæts náys .	58. That's nice.
59. Không xa lắm.	its nát vɛriy far .	59. It's not very far.
Luân-đôn	lə́ndən	London
Nữu-Ước	núw yɔrk	New York
Cựu-Kim-Sơn	san frænsískow	San Francisco
Đông-Kinh	tókyow	Tokyo
Ma-Ní	məníla	Manila
Vọng-Các	bǽŋkɔk	Bangkok
Nguồng-Quang	ræŋgúwn	Rangoon

Tân-Đề-Li	nuw déliy	New Delhi
60. Nữu-Ước là một thành-phố lớn lắm.	nuw yɔrk iz ə vériy big sitiy .	60. New York is a very big city.
61. Đây là lần đầu tiên tôi đến đây.	ðis iz may fərst vizit .	61. This is my first visit
62. Tiền xe bao nhiêu ?	how məč iz ðə féər .	62. How much is the fare
63. Một mỹ-kim.	wən dálər .	63. One dollar.
64. Hai mỹ-kim.	tuw dálərz .	64. Two dollars .
50	fíftiy	fifty
xu	sént	cent
65. Năm mười xu.	fíftiy sents .	65. Fifty cents.
60	síkstiy	sixty
70	sévəntiy	seventy
75	sévəntiy fayv	seventy-five

66. Bảy mươi lăm xu.	sévəntiyfayv sents.	66. Seventy-five cents.
80	éytiy	eighty
90	náyntiy	ninety
67. Tám mươi xu.	éytiy sents.	67. Eighty cents.
68. Địa-chỉ nào?	hwəts ðiy ædrés.	68. What's the address?
69. Số nhà bao nhiêu?	hwət némbər.	69. What number?
ba	θríy	three
bốn	fór	four
năm	fáyv	five
sáu	síks	six
bảy	sévən	seven
tám	éyt	eight
chín	náyn	nine
70. 345.	θriy | fər | fáyv.	70. Three, four, five.

71. Số diện-thoại bao nhiêu?	hwəts ðə télefown nəmbər .	71. What's the telephone number?
số không.	ow	0
72. 6-7-8-9-1-2-0.	síks|sévən|éyt|náyn| wán|túw|ów .	72. Six-seven-eight-nine-one-two-0.
73. 350.	θríy fáyv ów .	73. Three-five-0.

74. Ông có phải là Ông . . . . ở Trung-Hoa sang không?

ar yuw mistər. . . fram čáynə ↗

74. Are you Mr. . . . . from China?

75. Dạ, không phải.

now|aym nát.

75. No, I'm not.

76. Ông có phải là Ông . . . . ở Việt-Nam qua không?

ar yuw mistər. . . fram vyetnam ↗

76. Are you Mr. . . . . from Vietnam?

77. Dạ, phải.

yés ay æm.

77. Yes, I am.

78. Tên tôi là Brown.

may neym z bráwn.

78. My name's Brown.

79. Peter Brown.

píytər brawn.

79. Peter Brown.

80. Tôi ở Cơ-Quan Ngoại-Viện.

aym frəm éyd.

80. I'm from AID.

81. Tôi ở Viện Giáo-Dục Quốc-Tế.

aym frəm ðiy ay ay íy.

81. I'm from the IIE.

82. Hoan-nghênh Ông tới đất Mỹ.

wɛlkəm tə əmérəkə.

82. Welcome to America.

83. Tôi làm ở Bộ Ngoại-Giao Mỹ.

aym wiθ ðə stéyt dipartmənt.

83. I'm with the State Department.

84. Tôi làm ở Tổng-Nha Thông-Tin

aym wiθ ðiy yuw ɛs ay éy.

84. I'm with the USIA.

85. Ông đi đường có dễ~chịu không?

did yə hæv ə náys trip ↗

85. Did you have a nice trip?

11

86. Dạ, có, Cám ơn.	yɛs | θǽŋk yuw .	86. Yes, thank you.
87. Chuyến đi của Ông từ bên nhà sang đây thế nào?	haw wəz yər trip ówvər .	87. How was your trip over?
88. Thích lắm, cám ơn Ông.	vériy nays | θǽŋk yuw.	88. Very nice, thank you.
89. Tôi thích đi máy bay.	ay láyk ðə pleyn .	89. I like the plane.
90. Tôi thích đi tầu thủy.	ay layk ðə bówt .	90. I like the boat.
91. Thủ-đô Hoa-Kỳ là Hoa-Thịnh-Đốn.	ðə kǽpitəl əv ðiy yunaytid steyts iz wáśiŋtən .	91. The capital of the United States is Washington.
92. Thủ-đô nước Pháp là Ba-lê.	ðə kǽpitəl əv fræns iz pǽris.	92. The capital of **France** is **Paris**.
93. Thủ-đô nước Anh là Luân-đôn.	ðə kǽpitəl əv greyt britən iz léndən .	93. The capital of Great Britain is London.
94. Thủ-đô Phi-Luật-Tân là Ma-ní.	ðə kǽpitəl əv ðə fi lipinz iz mənílə .	94. The capital of the Philippines is Manila.
95. Thái-Lan — Vọng-các.	táylənd — bǽŋkɔk	95. Thailand — Bangkok.
96. Miến-Điện — Nguỡng-Quang.	bə́rmə — ræŋgúwn	96. Burma — Rangoon.

97. Mã-Lai — Kula Lumpur	məléyə — kwala ləmpər	97. Malaya — Kuala Lumpur.
98. Nhật-Bản — Đông-Kinh	jəpæn — tówkyow	98. Japan — Tokyo.
99. Đại-Hàn — Hán-Thành.	koríyə — sówl	99. Korea — Seoul.
100. Ấn-Độ — Tân-đề-li	índiə — núw dɛli	100. India — New Delhi.
101. Anh đi đâu đấy?	hwɛr ar yə gówiŋ	101. Where are you going?
102. Tôi đi ra Thư-Viện.	ay æm gowiŋ tə ðə láy-brɛriy	102. I am going to the library.

103. Mấy giờ rồi?	hwət táym iz it .	103. What time is it?
104. Một giờ.	its wən əklák .	104. It's one o'clock.
105. Một giờ mười.	its wən tɛn .	105. It's one-ten (1:10).
106. Hai giờ mười lăm.	its túw fiftiyn .	106. It's two-fifteen (2:15)
107. Ba giờ hai mươi.	its Өriy twɛntiy .	107. It's three-twenty (3:2(
108. Bốn giờ hai mươi lăm.	its fór twɛnty-fayv .	108. It's four-twenty-five (4:25).
109. Năm giờ ba mươi.	its fáyv Өərtiy .	109. It's five-thirty (5:30).
110. Sáu giờ ba mươi lăm.	its síks Өərtiy fayv .	110. It's six-thirty-five (6:35).
111. Bảy giờ bốn mươi.	its sévən fərtiy .	111. It's seven- forty (7:40).
112. Tám giờ bốn mươi lăm.	its éyt fərtiy fayv .	112. It's eight-forty-five (8:45).
113. Chín giờ năm mươi.	its náyn fiftiy .	113. It's nine-fifty (9:50).

114. Mười giờ năm mươi lăm.	its tén fiftiy fayv .	114. It's ten-fifty-five (10:55).
115. Mười một giờ.	its ilévən .	115. It's eleven.
116. Mười hai giờ.	its twélv .	116. It's twelve.
117. 9 giờ tôi có cua.	ay hæv ə klæs ət náyn .	117. I have a class at 9.
118. 3 giờ tôi có hẹn.	ay hæv ən əpəyntmənt ət Өríy .	118. I have an appointment at 3.
119. Ông dậy mấy giờ?	hwət táym də yə gɛt əp .	119. What time do you get up?
120. Tôi dậy lúc 7 giờ thiếu 15.	ay gɛt əp ət ə kwərtər tə sévən .	120. I get up at a quarter to 7.
121. Mấy giờ Ông đi ngủ?	hwət táym də yə gow to bɛd .	121. What time do you go to bed?
122. Tôi đi ngủ lúc 10 giờ 15.	ay gow tə bɛd ət ə kwɔr- tər pæst tɛn .	122. I go to bed at a quarter past ten.
123. Ông làm ơn 6 giờ đánh thức tôi.	pliyz weyk miy əp ət síks .	123. Please wake me up at 6.
124. Ông ở đâu?	hwɛr də yə stéy .	124. Where do you stay?

125. Tôi ở khách-sạn Plaza.	ay stey in ðə pláza howtɛl .	125. I stay in the Plaza Hotel.
126. Phòng 225.	ruwm tuw twɛntiy fáyv .	126. Room 225.
127. Phòng số mấy?	hwɔt rúwm .	127. What room?
128. Tốt. Tối nay lúc 8 giờ tôi sẽ ghé thăm ông.	fáyn|ayl drap bay tənayt ət éyt .	128. Fine. I'll drop by tonight at eight.
129. Tốt lắm. Tôi sẽ sẵn-sàng.	vériy wɛl|ayl biy rédiy .	129. Very well. I'll be ready.

ĐỒ ĂN

FOOD

130. Làm ơn cho tôi ít giấy.	pliyz giv miy səm péypər .	130. Please give me some pap
131. Làm ơn đưa cho tôi ít mực.	pliyz pæs miy səm íŋk .	131. Please pass me some ink
132. Ông làm ơn cho tôi mượn cái bút.	pliyz lɛnd miy yər pén .	132. Please lend me your pen.

16

33. Tôi muốn uống chút nước cam.	ay want səm árinǰ ǰuws .	133. I want some orange juice.
34. Làm ơn cho tôi trứng, bánh mì nướng và cà-phê.	pliyz briŋ miy səm égz| tówst | ən kófiy .	134. Please bring me some eggs, toast and coffee.
35. Ông muốn trứng làm thế nào?	haw də yə layk yur égz .	135. How do you like your eggs?
36. Rán, Bác.	fráyd|skrǽmbəld .	136. Fried. Scrambled.
37. La-cốp. Luộc thật chín.	sáft bəyld|hárd bəyld .	137. Soft-boiled. Hard-boiled.
38. Ông dùng thêm thịt nhé?	wil yə hæv səmór miyt ↗	138. Will you have some more meat?
39. Dạ, thôi cám ơn Bà.	now |θǽŋk yuw .	139. No, thank you.

140. Xin Bà thêm chút cơm thôi.	jəst səmɔr ráys | pliyz .	140. Just some more rice, ple
141. Ông dùng thêm chút sà-lách.	hæv səmɔ́r sælǝd .	141. Have some more salad.
142. Cám ơn Bà.	θǽŋk yuw .	142. Thank you.
143. Tôi thích ăn rau lắm.	ay layk vέjǝteybǝlz vεriy mǝč .	143. I like vegetables very much.
144. Tôi không thích phó-mát.	ay dównt layk čiyz .	144. I don't like cheese.
145. Tôi không thích khoai tây.	ay dównt layk pǝteytowz .	145. I don't like potatoes.
146. Tôi thích cơm chiên lắm.	aym vέriy fand ǝr frayd rays .	146. I am very fond of fried ri
147. Ông dùng chút đào tráng miệng nhé ?	haw ǝbawt sǝm píyčǝz fǝr dizǝrt .	147. How about some peaches for dessert?
148. Thế thì tuyệt.	wə́ndǝrfǝl .	148. Wonderful !
149. Tôi thích ăn trái cây tráng miệng.	ay layk frúwt fǝr dizǝrt .	149. I like fruit for dessert.
150. Nhà tôi thích kem.	may wáyf layks ayǝ kriym .	150. My wife likes ice cream.
151. Nhà tôi thích bánh ngọt.	may hə́zbǝnd layks keyk .	151. My husband likes cake.
152. Con trai tôi thích bánh bỏ lò.	may sǝn layks páyz .	152. My son likes pies.

3. Con gái tôi thích kẹo.	may dɔtər layks kǽndiy .	153. My daughter likes candy.
4. Tôi muốn ít thịt bò rôti.	ay want səm rówst biyf .	154. I want some roast beef.
5. Ông muốn thịt chín hay tái ?	haw də yə láyk it .	155. How do you like it?
6. Thiệt chín.	wɛ́l dən .	156. Well-done.
7. Ông dùng cà-phê, trà hay sữa?	kəfiy↑tiy↗ər milk .	157. Coffee, tea or milk?
8. Tôi xin cà-phê đen.	blǽk kəfiy⏐pliyz .	158. Black coffee, please.

QUẦN ÁO

9. Cái cà-vát này bao nhiêu tiền?   haw məč iz ðiz nɛ́ktay .

CLOTHING

159. How much is this necktie?

160. Hai mỹ-kim.	túw dalərz .	160. Two dollars.
161. Đắt quá.	túw məč .	161. Too much.
162. Đây những cái nầy rẻ hơn.	hiər ar səm čiypər wənz .	162. Here are some cheaper on
163. Để tôi lấy cho Ông coi.	lɛt miy šów yuw .	163. Let me show you.
164. Tôi cần một đôi giầy.	ay niyd ə pɛr əv šúwz .	164. I need a pair of shoes.
165. Ông đi giầy số mấy ?	hwət sáyz də yə wɛr .	165. What size do you wear?
166. Số sáu.	sayz siks .	166. Size six.
167. Đôi nầy rộng quá.	ðis pɛr iz túw larǰ .	167. This pair is too large.
168. Đôi nầy chật quá.	ðiyz ar tuw táyt .	168. These are too tight.
169. Xin cho tôi cái hộp.	pliyz giv miy ə báks .	169. Please give me a box.
170. Tôi cần cái sơ-mi.	ay niyd ə šərt .	170. I need a shirt.
171. Số mấy ?.	hwət sáyz .	171. What size?
172. (Cổ) 14 rưỡi.	fərtiyn ən ə hæf .	172. Fourteen and a half.
173. (Tay) 32.	θə́rtiy tuw .	173. Thirty-two.
174. Màu gì ?	hwət kə́lər .	174. What color?

175. Xanh. Trắng.	blúw|hwáyt .	175. Blue. White.
176. Tôi không thích ni-lông.	ay dównt layk naylən .	176. I don't like nylon.
177. Nóng quá.	its tuw hát .	177. It's too hot.
178. Cho tôi cái sơ-mi cô-tông.	pliyz giv miy ə kátən šərt .	178. Please give me a cotton shirt.

HÚT THUỐC

SMOKING

179. Ông dùng thuốc lá?	sigəréts ↗	179. Cigarettes?
180. Vâng, cám ơn Ông.	yɛs | θǽŋk yuw .	180. Yes, thank you.
181. Có diêm không?	gat ɛniy mǽč ↗	181. Got any match?
182. Bật lửa tôi hỏng.	may laytər dézənt wərk .	182. My lighter doesn't work.
183. Cám ơn Ông.	θǽŋk yuw .	183. Thank you.
184. Mỗi ngày tôi hút một bao.	ay smowk wən pæk ə dey ,	184. I smoke one pack a day.

MÁY VÔ-TUYẾN

RADIO AND TELEVISION

185. Làm ơn vặn máy thu-thanh.	pliyz tərn ðə réydio ən.	185. Please turn the radio on.
186. Tôi muốn nghe tin-tức.	ay want tə hiər ðə núwz.	186. I want to hear the news.
187. Tôi muốn nghe nhạc.	ay want tə hiər səm mýuwzik.	187. I want to hear some music.

188. Lớn quá.	tuw láwd.	188. Too loud.
189. Làm ơn vặn nhỏ xuống.	pliyz tərn it dáwn.	189. Please turn it down.
190. Làm ơn tắt nó đi.	pliyz tərn it óf.	190. Please turn it off.

191. Tôi thích TV lắm.

ay layk télɛvižən vɛriy məč.

191. I like television very much.

192. Nước tôi không có TV.

ðer z nó tɛləvižən in may kəntriy.

192. There's no television in my country.

193. Việt-Nam mới có TV.

vyetnam ǰést gat tiyviy.

193. **Vietnam just got TV.**

CHUYỂN–VẬN

TRANSPORTATION

194. Mai tôi muốn đi xem lễ sớm.

ay want tə gow tə ə́rliy mæs tomárow.

194. I want to go to early mass tomorrow.

195. Nhà thờ ở đâu?

hwer z ðə kəθíydrəl.

195. Where's the cathedral?

196. Tôi đi xe điện được không?	kin ay teyk ðə striytkar⤴	196. Can I take the streetcar?
197. Tôi thích xe buýt hơn.	ay layk ðə bəs bɛtər.	197. I like the bus better.
198. Tôi lên xe điện ở đâu được?	hwɛr du ay teyk ðə striytkar.	198. Where do I take the streetcar?
199. Trạm xe buýt ở đâu?	hwɛr z ðə bəs stap.	199. Where's the bus stop?
200. Tôi lên xe chỗ nào?	hwɛr du ay gɛt án.	200. Where do I get on?
201. Tôi xuống xe chỗ nào?	hwɛr du ay gɛt ɔ́f.	201. Where do I get off?
202. Góc đường kia.	nɛ́kst kərnər.	202. Next corner.
203. Cách đây hai giẫy.	túw blaks frəm hiər.	203. Two blocks from here.

GIẢI-TRÍ

ENTERTAINMENT

204. Ông có thích nhạc Jazz của Mỹ không?	du yə layk əmɛ́rəkən jǽz⤴	204. Do you like American Jazz
205. Có, tôi có thích.	yɛ́s ‖ ay dúw.	205. Yes, I do.
206. Ông có thích nhẩy đầm không?	du yə layk dǽnsiŋ⤴	206. Do you like dancing?
207. Tôi không biết nhẩy.	ay kǽnt dæns.	207. I can't dance.
208. Tôi thích phương-bộ-vũ.	ay layk skwɛ́r dæns.	208. I like square dance.
209. Anh học điệu đó ở đâu?	hwɛ́r did yə lərn it.	209. Where did you learn it?

210. Ở Sàigòn, tại Hội Việt-Mỹ.   in šáygɔŋ, ət ðə viy ey éy.   210. In Saigon, at VAA.

XE LỬA

211. Tắc-xi, tắc-xi! Cho tôi ra ga.   tæksiy, tæksiy ‖ teyk miy tə ðə stéyšən.   211. Taxi, taxi! Take me to the station.

212. Nhanh lên.   hə́riy, pliyz.   212. Hurry please.

213. Ông đừng có lo.   dównt wəriy.   213. Don't worry.

214. Chỉ mười phút là tới nơi.   wiyl biy ðer in tén minits.   214. We'll be there in ten minutes.

215. Tôi muốn một vé đi Philadelphia.   ay want ə tikət fər filədél-fiə.   215. I want a ticket for Philadelphia.

216. Một lượt. Khứ hồi.   wən wey. ráwnd trip.   216. One way. Round trip.

217. Xe lửa đi Philadelphia cổng nào?   kwič geyt iz ðə treyn fər filədélfiə.   217. Which gate is the train for Philadelphia?

KHÁCH-SẠN

TRAINS

HOTEL

218. Tôi muốn có 1 phòng 1 người có buồng tắm.   ayd layk ə siŋgəl ruwm wið bæθ.   218. I'd like a single room with bath.

219. Cho tôi cái khăn mặt?   kin yə get miy ə táwəl ↗   219. Can you get me a towel?

220. Tôi cần sà-bông.   ay niyd səm sówp ‖ pliyz.   220. I need some soap please.

221. Cho tôi cái bóng đèn.	pliyz giv miy ə láyt bəlb.	221. Please give me a light b…
222. Ở đây ồn-ào quá.	its tuw nɔiziy hir.	222. It's too noisy here.
223. Tôi không ngủ được.	ay kænt sliyp.	223. I can't sleep.
224. Tôi cần phòng yên-tỉnh hơn.	ay want ə kwáyət ruwm.	224. I want a quiet room.
225. Trời như muốn mưa.	it lúks layk reyn.	225. It looks like rain.
226. Tôi nên mang áo mưa đi theo.	ayd bɛtər teyk may réyn-kowt wið miy.	226. I'd better take my raincoa… with me.
227. Tôi muốn mua một cái dù.	ay want tə bay ən émbrɛlə.	227. I want to buy an umbrella

CHỚP BÓNG

MOVIES

228. Chúng mình đi coi hát đi.	lɛts gow tə ðə šów.	228. Let's go to the show.
229. Hát gì?	hwɛt šow.	229. What show?
230. Hát bóng.	ðə múwviyz | ay miyn.	230. The movies, I mean.
231. Họ chiếu phim gì?	hwət ar ðey šówiŋ.	231. What are they showing?
232. Phim cao-bồi.	ə káwbɔy film.	232. A cowboy film.
233. Tôi không thích phim trinh-thám.	ay downt layk ditɛ́ktiv filmz.	233. I don't like detective film
234. Tôi thích phim nhạc hơn.	ay prifər ə myúwzikəl.	234. I prefer a musical.
235. Tôi thích phim thời-sự lắm.	ay ləv ðə nyúwzriylz.	235. I love the newsreels.

36. Con tôi thích phim hoạt-họa.

may čildrən layk ðə kartúwnz.

236. My children like the cartoons.

NHÀ BƯU-ĐIỆN

POST OFFICE

37. Tôi muốn gửi cái này bằng máy bay.

ay want tə sɛnd ðis bay ɛrméyl.

237. I want to send this by airmail.

38. Cái thơ này phải mất bao nhiêu tiền tem?

haw məč iz ðə pówsteyǰ fər ðis lɛtər.

238. How much is the postage for this letter.

239. Tôi muốn gửi bảo-đảm.
Mạng đến nhà ngay.

ay layk it réjistərd.
spɛšəl dilivəriy.

GIẶT QUẦN ÁO

240. Tôi muốn hấp bộ quần áo này.

ay want ðis suwt kliýnd.

241. Tôi không thích sơ-mi hồ bột.

ay dównt want may šərts starčt.

242. Giặt quần áo đắt quá.

ðə lɔndriy iz tuw ekspénsiv.

LAUNDRY

240. I want this suit cleaned

241. I don't want my shirts starched.

242. The laundry is too expensive.

MUA THUỐC

243. Tôi nhức đầu.

ay hæv ə hédeyk.

244. Tôi muốn thuốc nhức đầu.

ay want səm áspirin.

245. Tôi muốn mua cái bàn chải răng và ít thuốc đánh răng.

ay want tə bay ə túwθbrəš ənd səm túwθpeyst.

246. Ông cần dùng gì nữa không.

ɛniθiŋ ɛ́ls↗

247. Có, mấy lưỡi dao cạo.

yes, səm réyzər bleydz| pliyz.

248. Có thế thôi.

ðətəl biy ɔ́l.

DRUG STORE

243. I have a headache.

244. I want some aspirin.

245. I want to buy a toothbru and some toothpaste.

246. Anything else?

247. Yes, some razor blades, please.

248. That'll be all.

SỨ-QUÁN

249. Tôi phải đi đến Tòa Đại-Sứ.

ay hæv tə gow tə may ɛmbəsiy.

249. I have to go to my Embassy.

250. Tòa Đại Sứ ở đường Massachu-setts.

its on mæsəčusəts avənuw.

250. It's on Massachusetts Avenue.

251. Ông Đại-Sứ của chúng tôi rất tử-tế.

awər æmbæsədər iz vɛriy náys .

251. Our Ambassador is very nice.

252. Tôi biết Ông Cố-Vấn sứ-quán.

ay now ðə káwnsɛlər.

252. I know the counselor.

253. Tôi biết cả Ông Lãnh-sự nữa.

ay now ðə kánsəl, tuw.

253. I know the Consul, too.

HỚT TÓC

254. Tôi muốn hớt tóc và cạo mặt.

ay want ə hɛrkət ənd ə šéyv.

254. I want a haircut and a shave.

255. Đừng cắt ngắn quá.

nát tuw šərt | pliyz.

255. Not too short, please.

256. Ông làm ơn sửa bằng kéo.

kən yu trim it wið ðə sizərs↗

256. Can you trim it with the scis-sors?

257. Tôi muốn gội đầu.

ay want ə šǽmpuw, tuw.

257. I want a shampoo, too.

29

TIỆM CHỤP HÌNH

258. Tôi muốn tìm tiệm bán máy chụp hình.

259. Tôi muốn mua phim.

260. Phim trắng đen. Phim màu.

261. Tôi muốn rửa cuốn phim nầy.

262. Tôi muốn in vài tấm.

NGÂN-HÀNG

263. Tôi muốn lãnh cái chi-phiếu nầy.

264. Ông có thẻ căn-cước không?

265. Thông-hành của tôi đây.

266. Đây là bằng lái xe.

267. Tôi muốn ngần nầy bằng tiền mặt.

268. Còn lại Ông cho chi-phiếu du-khách.

hwer kən ay faynd ə kǽmərə šap.

ay want tə bay səm film.

blǽk ənd hwayt. kə́lər.

ay want ðis rowl divɛlowpt.

ay want səm prints.

ayd layk tə kǽš ðis čɛk | plyz.

ðə yə hæv ɛniy aydentifikéy-šən ↗

hirz may pǽspərt.

hirz may dráyvərz laysəns.

ay want ðis əmawnt in kǽš.

ay want ðə rɛst in trǽvələrz čɛks.

CAMERA SHOP

258. Where can I find a camera shop?

259. I want to buy some film.

260. Black and white. Color.

261. I want this roll developed

262. I want some prints.

BANK

263. I'd like to cash this check please.

264. Do you have any identifica-tion ?

265. Here's my passport.

266. Here's my driver's license

267. I want this amount in cash

268. I want the rest in traveler's checks.

269. Tôi ký chỗ nào đẩy?   hwɛr də ay sáyn.   269. Where do I sign?

SẮP VỀ NƯỚC

270. Tôi bị đau bụng.

271. Tôi bị cảm nặng.

272. Tôi không bị sốt.

273. Nhưng mà tôi ho nhiều.

274. Đêm qua tôi không ngủ được.

275. Tôi mong ngày mai ông sẽ mạnh hơn.

ay hæv ə stə́mæekeyk.

ay hæv ə vɛ́riy bæd kowld.

ay dównt hæv ɛniy fiyvər.

bət ay kɔ́f ə lat.

ay kúdənt sliyp ləst nayt

ay howp yuwl fiyl bɛ́tər təmárow.

GOING HOME

270. I have a stomachache.

271. I have a very bad cold.

272. I don't have any fever.

273. But I cough a lot.

274. I couldn't sleep last night.

275. I hope you'll feel better to-morrow.

31

276. Tôi cũng thế.	ay dúw túw.	276. I do, too.
277. Ngày mốt tôi đi rồi.	aym liyviŋ dey æftər təmá-row.	277. I'm leaving day after tomor
278. Tôi phải quay về Việt-Nam.	ay hæf tə gow bǽk tə vyet-nam .	278. I have to go back to Vietna
279. Ông đi lối nào?	hwič wey ar yə gowiŋ .	279. Which way are you going?
280. Qua Thái-Bình-Dương.	Өruw ðə pəsifik.	280. Through the Pacific.
281. Qua Âu-Châu.	Өruw yúwrəp.	281. Through Europe.
282. Tôi mong Ông đi đường bình-an.	ay howp yuwl hæv ə náys trip.	282. I hope you'll have a nice t
283. Chào Ông.	sow lóŋ.	283. So long.
284. Sang năm gặp Ông bên Saigon nhé.	siy yuw in saygɔŋ nɛ́kɜ t yir.	284. See you in Saigon next yea
285. Chúc Ông may-mắn trong công-việc làm ăn.	gud lək wið yuwr wərk.	285. Good luck with your work.
286. Chào Ông, và cám ơn Ông (bà) một lần nữa đã đối-đãi với tôi tử-tế quá.	gud báy | ænd Өǽnk yuw əgeyn fər yur káyndnəs.	286. Good bye, and thank you again for your kindness.

287. Tôi cũng phải đi đấy.

ay hæv tə gow túw.

287. I have to go, too.

288. Máy bay nhà tôi nửa giờ nữa tới nơi.

may wáyfs pleyn iz duw in hæf ən awər.

288. My wife's plane is due in half an hour.

289. Xe lửa con trai tôi 15 phút nữa tới nơi.

may sə́nz treyn iz duw in fiftiyn minits.

289. My son's train is due in fifteen minutes.

290. Con gái tôi ở Los Angeles đến.

may dɔtər iz kəmiŋ frəm ɛl éy.

290. My daughter is coming from L. A.

291. Ông có mấy cháu?

haw mæniy čildrən dəyə-hæv.

291. How many children do you have?

292. Tôi có hai cháu: một trai, một gái.

ay hæv túw‖ ə bóy ənd ə gə́rl.

292. I have two: a boy and a girl.

293. Cháu trai mấy tuổi?

haw owld iz ðə bóy.

293. How old is the boy?

294. Cháu mười tuổi.

hiyz tén yiərz owld.

294. He's ten years old.

295. Cháu gái lớn (nhỏ) hơn.

ðə gərl iz ówldər (yə́ŋgər).

295. The girl is older (younger).

296. Ông bao nhiêu tuổi?

haw owld ar yúw.

296. How old are you?

297. Tôi bốn mươi tuổi.

aym fɔ́rtiy.

297. I'm forty.

298. Ba tôi ở Bloomington.	may faðər livz in blúwmiŋtən.	298. My father lives in Bloomington.
299. Má tôi mất rồi.	may məðər iz dɛd.	299. My mother is dead.
300. Má tôi qua đời cách đây 10 năm.	may məðər dayd tɛn yiərz əgów.	300. My mother died ten years ago.
301. Anh em ông làm gì?	hwət duw yər brəðərz dúw?	301. What do your brothers do?
302. Anh tôi buôn bán.	may owldər brəðər iz ə bízinəsmən.	302. My older brother is a businessman.
303. Chị tôi làm y-tá.	may owldər sistər iz ə nə́rs.	303. My older sister is a nurse.
304. Em trai tôi có vợ rồi.	may yəŋgər brəðər iz mǽrid.	304. My younger brother is married.
305. Em gái tôi chưa có chồng.	may yəŋgər sistər iz nə́t mǽrid yɛt.	305. My younger sister is not married yet.

NGHỀ-NGHIỆP

OCCUPATION

306. Cô ấy làm thư-ký.	šiyz ə sɛ́krətæriy.	306. She's a secretary.
. . . thư-ký đánh máy.	ə táypist.	a typist.

34

. . . giáo-viên.	ə tíyčər.	a teacher.
. . . dược-sĩ.	ə fárməsist.	a pharmacist.
. . . cô đỡ.	ə mídwayf.	a midwife.
. . . quản-thủ thư-viện.	ə laybrǽriən.	a librarian.
. . . thợ may.	ə drésmeykər.	a dressmaker.
307. Ông ấy làm bác-sĩ.	hiyz ə dáktər.	307. He's a doctor.
. . . giáo-sư đại-học.	ə proféssər.	a professor.
. . . luật-sư.	ə lóyər.	a lawyer.
. . . nhà văn.	ə ráytər.	a writer.
. . . nhà thơ.	ə póət.	a poet.
. . . người bán hàng.	ə séylzmən.	a salesman.
. . . tài-xế.	ə dráyvər.	a driver.
. . . tài-xế xe tắc-xi.	ə tǽksiy drayvər.	a taxi driver.
. . . tài-xế xe buýt.	ə bə́s drayvər.	a bus driver.
. . . tài-xế cam-nhông.	ə trə́k drayvər.	a truck driver.
. . . thợ may.	ə téylər.	a tailor.
. . . thợ mộc.	ə kárpɛntər.	a carpenter.

308. Tôi cần một cái ấm.	ay niyd ə tíypat.	308. I need a teapot.
309. Tôi cần một ấm trà.	ay niyd ə pat əv tíy.	309. I need a pot of tea.
310. Chúng tôi cần một cái tách nữa.	wiy niyd ənəðər tíykəp.	310. We need another teacup.
311. Tôi muốn một tách trà.	ay want ə kəpətíy.	311. I want a cup of tea.
312. Tôi muốn một tách cà-phê.	ay want ə kəpəkɔ́fiy.	312. I want a cup of coffee.
313. Tôi muốn một cốc bia.	ay want ə glæs əv biər.	313. I want a glass of beer.
314. Tôi cần cạo râu.	ay məst šéyv.	314. I must shave.
315. Tôi cần tắm một cái.	ay məst teyk ə bǽθ.	315. I must take a bath.
316. Tôi cần thay quần áo.	ay məst čeynǰ may klówz.	316. I must change my clothes.
317. Tôi phải gọi điện-thoại.	ay məst meyk ə fówn kɔl.	317. I must make a phone call.
318. Tôi phải gặp ông chủ tôi.	ay məst siy may bás.	318. I must see my boss.
319. Ông phải trả tiền.	yuw məst pey yuwr bílz.	319. You must pay your bills.
320. Ông phải điền vào mẫu đơn này.	yuw məst fil awt ðis fɔrm.	320. You must fill out this form.
321. Ông phải gửi cái này đến Sở Ngoại-kiều.	yuw məst send ðis tə ðiy imigréyšən ɔfis.	321. You must send this to the Immigration Office.

322. Ông phải trả lời ngay lập tức.	yuw məst ǽnsər rayt əwéy.	322. You must answer right away.
323. Tôi phải nghỉ.	ay məst rέst.	323. I must rest.
324. Tôi phải ăn cơm.	ay məst íyt.	324. I must eat.
. . . . . ăn cơm trưa.	iyt lə́nč.	eat lunch.
. . . . . ăn cơm tối.	iyt dínər.	eat dinner.
. . . . . ăn sáng.	iyt brέkfəst.	eat breakfast.
325. Tôi phải đi học.	ay məst gow tə skúwl.	325. I must go to school.
326. Tôi phải đi chợ.	ay məst gow tə ðə márkət.	326. I must go to the market.
. . . . chợ Safeway.	séyfwey.	Safeway.
. . . . chợ National.	nǽšənəl.	National.
. . . . chợ Star.	stár.	Star.
327. Tôi phải đi YMCA.	ay məst gow tə ðə wáy έm síy éy.	327. I must go to the Y.M.C.A.
. . . . YWCA.	wáy də́blyuw síy éy.	Y.W.C.A.
328. Tôi phải đi nhà thờ.	ay məst gow tə čə́rč.	328. I must go to church.

329. Tôi phải học bài.	ay məst stə́diy.	329. I must study.
330. Tôi phải học chăm.	ay məst stə́diy hárd.	330. I must study hard.
331. Tôi phải làm việc.	ay məst wə́rk.	331. I must work.
332. Chúng tôi phải làm việc chăm-chỉ.	wiy məst wərk hárd.	332. We must work hard.
333. Chúng tôi phải để dành tiền.	wiy məst séyv məniy.	333. We must save money.
334. Tôi phải gửi các cháu đi học đại-học.	ay məst sɛnd may čildrən tə káliǰ.	334. I must send my children to college.
335. Tôi muốn chúng nó hãnh-diện.	ay want ðəm tə biy práwd.	335. I want them to be proud.